தேநீர் பிரியர்

கவிதை தொகுப்பு

ஜெயபாரதி

Made with ♥ on the Notion Press Platform
www.notionpress.com

பொருளடக்கம்

பொருளடக்கம்

1. தேனீர் பிரியர்!

உன்னையும் அறியாமல்
என்னையும் அறியாமல்
யார் அவர்கள்
நம் பொருத்தங்களை கணிப்பதற்கு!?
விட்டுக்கொடுக்காத காதல்
புரிதல்களால், விரல் நுனியிலும்
காதல் மலர,
சாஸ்திர சம்பிரதாயங்களின்
சமாதியில் அமர்ந்து
தேநீர் பருகலாம் வா!!!!!

2. எல்லை

நீ எனக்கு மட்டும்
நான் உனக்கு மட்டும்
என்பதல்ல காதல்!!!
எனக்கான உன் எல்லைகளையும்,
உனக்கான என் எல்லைகளையும்
எல்லையில்லாமல் புரிந்துணர்ந்து
பக்கபலமாக
பக்குவப்படுவதுதான்
காதல்!!!

3. புகைப்பட சேமிப்பு

துல்லியத்திற்கும்
தோராயத்திற்கும்
உள்ள வித்தியாசம்
"பிழை" என்றால்?
நீயும்
உன் புகைப்படங்களும்
அதற்கு விதிவிலக்கு..!
உன்னை காட்சிப்படுத்தும்
அனைத்தும்
"பிழைகளற்ற கலை" தான்...!

4. வரம்பு

தன் விருப்பங்களை
வரம்புக்குள் வைப்பதை
பெண்களுக்கு மட்டுமென்ற ஒருதலைபட்ச
கலாச்சாரம்,பாரம்பரியத்தில்
சேர்க்க வேண்டாம்..!
தனிமனிதஒழுக்கம்,
சுயமரியாதையில்
சேர்த்துக்கொள்ளுங்கள்.

5. கண்டிப்பு

அறியாத பருவத்தில்
சிலேட்டு சுவைத்ததால்
பொத்துக்கொண்டு வந்த தந்தையின் கண்டிப்புகள்
அக்கரையில் சேர்ந்தது...!

எட்டனா ஒரு ரூவா எடுத்து கடைசியில் 100ரூவா திருடி
மிட்டாய் சாப்பிட்ட போது தந்தையின் கண்டிப்புகள்
ஒழுங்குபடுத்துவதில் சேர்ந்தது...

பள்ளியின் பரிட்சை தாளில் அம்மாவின் கையெழுத்து போட்டு மாட்டிக்-
கொண்ட போது தந்தையின் கண்டிப்புகள்
என்னை திருத்துவதில் சேர்ந்தது...!

அறியும் பருவத்தில்
மது அருந்துவதை
கேட்க ஆரம்பித்தபோது
மகளின் கண்டிப்புகள்
படித்த திமிரில் சேர்ந்தது...!

குடித்துவிட்டு அம்மாவை அடிப்பதை நிறுத்த வேண்டும் என்ற போது மகளின் கண்டிப்புகள் அப்பனுக்கு அடங்காதவளில் சேர்ந்தது...!

அம்மாவின் ஊதியத்தை வாங்கி செலவழித்து அழிப்பதை நிறுத்த வேண்டும் என்ற போது மகளின் கண்டிப்புகள் உறவை முறித்து சேர்க்கவே முடியாமல் போனது...!

6. பூச்சிரிப்புகாரி

கூட படிக்கற
எல்லா புள்ளையும் வகையான பூ
வெக்குதம்மா...

அந்த அந்த மாசத்துக்கு பலநிறத்துல பூ ஜொலிக்குது...என்னமோ பொண்ணு தலைனா சும்மா இருக்ககூடாதாமே!!!

பூ வெச்சாதா மங்கலகரமா
இருக்குதுனு பொண்ணா இலட்சனமா தெரியுதுனு
சொல்லுராங்கம்மா...

எனக்கு பூ வாசனையே தலைவலி கொடுக்குது ஏன் அம்மா? ஏன் எனக்கு-மட்டும் பூ வெச்சி பழக்கலம்மா?

ஆசையா வாங்கிவருவேன்..
என் அழகுபுள்ள பூ வெக்கனுனு
நானுமே கொஞ்சமா வெச்சிக்கிட்டேன்!!!

எவன மயக்கடி பூ வெக்கரனு பூவ பிச்சி தூக்கி எறிஞ்சான் புருசனு வந்த-வன்.

மண்ணுல பொதச்சிட்டேன் டி அழகுபுள்ள... வாங்கிவந்த பூவையும்,பூ வெக்கற ஆசையையும்...

நான் வாங்குறத நிறுத்தினதால என் கண்ணுகுட்டி உனக்கும் வெச்சி பழக்க-லம்மா..இந்த அம்மாவ மன்னிச்சிருடி...

இல்லம்மா!!! ஆசப்பட்டு கேக்கல என் செல்ல அம்மா!!
பூ வெக்கலனா என்ன கொஞ்சம் என்ன பாத்து சிரியேன்.
உன் தலைக்கு வரலனு அந்த பூவெல்லாம் பொறாம பட்டுகுது நீ சிரிச்சிபாரு
பத்துலட்சம் பூ பூக்கும் உன் மொகத்துல...
என் பூச்சிரிப்புகாரியம்மா...!

7. குழப்பம்

வளர்ந்து மகன் கேட்கிறான்!!
ஏன் அம்மாவுடனான
புகைப்படங்கள் மட்டும் எப்போதும்
செல்ஃபிகளாகவே இருக்கிறது?!!!

8. சாபங்கொண்ட சமூகம்

சமத்துவ குரல்கள்..
ஓங்கி ஒலிக்கும்.
அரைவேக்காட்டு புரிதலுடன்,
இடஒதுக்கிட்டில்!
சமத்துவ முகமூடிகள்...
வெளிச்சத்துக்கு வரும்.
குடும்ப கௌரவதுடன்
காதல்/கல்யாண பேச்சில்!
எவனோ, எதற்கோ,
பிரிந்தான் தமிழன் குலமாக!..
தனக்கே தனக்காய்
பயன்படுத்திக்கொண்டான்
ஆரியன் மனுதர்மஆக!
கொண்டாடும் பண்டிகையெல்லாம்..
ஆரியன் மேற்சாயம்!
தமிழர் பண்பாடா? ஆரிய பண்பாடா?
தாய்ப்பாலா? பசும்பாலா?
சாதியும் இல்லை! மதமும் இல்லை!
கடவுளும் இல்லை!ஆன்மாவும் இல்லை என்றான்!!!!!
ஒரே ஒரு அறிவாளி..
போதிமரத்தின் அடியிலே!
ஊரெல்லாம் அலைந்தான் தான் கொண்ட நெறியிலே!
அவனையும் அவதாரமாக்கி மதத்துக்குள் அடைத்து
அநியாயங்கள் செய்கிறது...
சந்தில் சிந்து பாடும்
சாபங்கொண்ட சமூகம்...

9. சொல்ல தயங்கும் கதை

பூத்தேனை பறந்து பருகும்
பட்டாம்பூச்சிகள்...
சொல்ல தயங்கும் - தான்
புழுவாக நெளிந்த கதைகளை!

பாட்டன் தாகத்தை தணித்த
மழைநீரும்...
சொல்ல தயங்கும் - தான்
அமிலமாய் பொழியும் கதைகளை!

செழித்து வளர்ந்து மணத்திற்காய் சேர்த்த கருவேப்பிலைகள்...
சொல்ல தயங்கும் - தான்
ஓரங்கட்டப்பட்ட கதைகளை!

பகிர்ந்தால் பெருகியிருக்கும். "பகிராததால் ஊர்கிணறு"
சொல்ல தயங்கும் - தான்
மூடிமறைக்கப்பட்டு கட்டிடமாக்கப்பட்ட கதைகளை!

பிறந்த மண்ணில் பாதைகள் மறுக்கப்பட்ட பிணங்கள்...
சொல்ல தயங்கும் தான்,
நாம் இந்தியர், நாம் தமிழர் கதைகளை!.-

10. குடிநீர்

சோற்றை தானே திண்கிறாய்?
வேறேதும் திண்கிறாயா?
சோற்றில் உப்பு போட்டுதானே திண்கிறாய்?
திண்ணும் சோற்றில் மண் அள்ளி போடாதே!
சோற்றுக்கு வழி இல்லை என்றாலும் சொரணைக்கு ஒன்றும் கொரைச்சல் இல்லை?!!!
சோறு! சோறு ! சோறு!
சோற்றை பற்றி கவலைபடும் நீங்கள் கொடுத்துவைத்துவர்கள் *தான்!!!* நாங்கள் இன்னும்
நல்ல குடிநீருக்கு
இல்லாத நீதியை தேடிகொண்டிருக்கிறோம்*!*

11. தண்ணீர் தொட்டி

குடிநீரில் மலம்.
குடித்தவனுக்கே
தண்டனை!!!
வேங்கைவயல்!

12. தீவிரவாதம்

எப்போதோ
என்னுடனான மனகசப்பிற்கு
என் குழந்தையை
தள்ளிவைப்பது
வைராக்கியமோ, கௌரவமோ அல்ல!!!
தீவிரவாதம்!!!

13. இயற்க்கையும் எல்லோராவும்....

தித்திக்கும் உணர்வு
எழில் இயற்கையில் மட்டும்தான்
என்றிருந்தேன்!
என் இருமாப்பை நொருக்கியது
எல்லோராவின் வரலாறு!
ராமரா? பாபரா?
முட்டாள்களே எல்லோராவை
ஒரு கணம் எண்ணிப்பாருங்கள்!
பௌத்த,சமண, இந்துக்கள்
ஒன்றுபட்டு ஒய்யாரமாய்
கட்டிவைத்த எல்லோரா!
என்றும் மனதில் நிற்கும்!
வாழ்வில் ஓர் முறையேனும்
எல்லோரும் வியக்கும் எல்லோரா
சென்று வருவோம்!
ஒற்றுமையின் மகிமை உணர்வோம்!

14. மழை...!

ஒழுகும் மழைநீரை
இருந்த நான்கு பாத்திரங்களும்
குடித்துவிட்டன...!
பொக்கை வாய் நடுங்கியபடி,
பசி ஏப்பம் விட்டான்...
குடிசையில் கிழவன்....!

15. நெருப்பு

உயிர்கள் தோன்றியது
என்னில் தானென்றது
இறுமாப்பில் நீர்!
சத்தமிட்டு சிரித்தது
நெருப்பு!

16. இறகுகள் சிறகுகளாக...

என்னையும் விட்டு வைக்கவில்லை
அரசுபணியின் மோகம்...

பயிற்சிக்கு பல்லாயிரங்கள் செலவழித்து தோற்றதே சோகம்...

திறன் இல்லாமலில்லை...
சிதறல்களால் தொலைத்ததே அதிகம்...

கழிந்தது ஆண்டுகள் மட்டுமல்ல வாய்ப்புகளும் தான்...

உற்றார் உறவினர் ஏளனங்கள் சூழ்ந்தது..
சுதந்திர இறகுகள் உடைந்தது...

வேலையில்லா வெறுமை வாட்டி வதைக்க...
வேகத்தோடு காலூன்றினேன்...

சின்னஞ்சிறிய தொடக்கங்களால்
வெறுமையை விரட்டியடித்தேன்...

இறகுகள் முளைக்கத்தொடங்கிற்று...
சிறகடிப்பேன் ஓர்நாள் யாரும் தொடா தூரத்தில்....

17. நடை மறந்த நதி

ஏதேதோ கனவுகளோடு
கல்லூரி காலங்கள்
கலகலப்பாய் கவலைகளற்று..
வாழ்வில் அடியெடுத்தேன்
தடங்கள்கள் தடுமாற்றங்கள்...
கனவுகள் கலைந்தன...
மன நெருக்கடிகளை தாண்டி
பணநெருக்கடிகள் வழிநடத்த...
அதோ என் நடைபாதை!
புள் பூணடு கரிசனம் கூட இன்றி
வறண்ட நிலையில்....
நிற்பதற்கு நேரமில்லை...
அவசரத்தேவைக்கு கூட ஆள்ளில்லை..
குறைந்த ஊதியதில்
நாளெல்லாம் நதியாகிறேன்
யாரோ செழிப்படைகிறார்கள்!!!

18. நான் விரும்பும் பொழுது..

நான் நானாகவே..
மற்றவர் தலையீடற்று!
நீர்வீழ்ச்சியில் நனைந்தபடி
மெய் மறந்து!
காற்றிலே இலையாக..
லேசாக உலாவி!
மேகங்கள் தோழிகளாக..
சோகங்கள் பகிர்ந்து!
இசைஒலிப்பானோடு..
சாலையில் நடனமாடி!
குரல் போட்டியில்...
குயில்களோடு கலந்து!
பூக்களின் வாசனை
உடலெல்லாம் பூசிக்கொண்டு!
மழையவளின் பரிசாக ...
இரண்டு தும்மல்களோடு!
கண்கள் மூடி ..
சூடான தேநீர் உள்ளிரங்க ரசித்து!
ரசித்ததை படச்சுருளில் ஏற்றி!
தனிமையில் ,
திசைகள் அறிந்து
தொலைந்து போக ஆவலாகிறேன்...
நான் விரும்பும் பொழுது அதுதானோ!!

19. தீரா சாபங்கள்!

சிரிக்கிறாளா! சினந்து வை...

கதைக்கிறாளா! கடிந்து வை...

முறைக்கிறாளா! முடக்கி வை...

படிக்கிறாளா! பயங்காட்டி வை...

பாடுகிறாளா! பூட்டி வை...

ஆடுகிறாளா! அடக்கி வை..

பேசுகிறாளா! பேழைக்குள் வை...

யோசிக்கிறாளா! யோகமன்றென்று சொல்லி வை...

பெண் அவள்

தடுக்கிவிழுந்தாலும்

தலை வெடிக்கிறதோ!

தந்தைவழி சமூகமே!

பிள்ளை பெறும் இயந்திரமோ

விலையில்லா வேலைக்காரியோ என்றெண்ணாதே!

தீரா சாபங்களை தகர்த்தி துறைகளெல்லாம் தலைநிமிர்ந்து அமர்ந்திருக்கி-றாள்...

தயாராகி கொள்!!!!

20. உறக்கமில்லா இரவுகள்

கருகும்மென்ற இருட்டறை
கண் எட்டிய தூரம் யாருமில்லை
கடும் குளிரில் நானும் என் கயிற்றுகட்டிலும்,
தள்ளாடி எழுந்து கால்கள் நடுங்கி விழுகிறேன்..!
தொண்டையின் உள்ளிருந்து குத்தி கிழிக்கும் வலி..
கதறும் ஓசை ஏதும் வெளிவந்ததாக தடயம் இல்லை!...
நெஞ்சகத்தினின்று கிழிக்குது கூர் கத்தி!
இரத்தம் சொட்டுகிறது கண்கள் பீதியில் மூட மறுத்து விழித்து கலங்குகிறது!
பலவீனத்தில் இழக்குது என் சக்தி!
எப்படியே திறன்களை ஒன்றுதிரண்டி புத்திக்கு கேட்டேன் என் துக்கத்தின் சேதி! வேறொன்றுமில்லை நீ தெரிந்தும் தெரியாமலும் செய்த பிழைகள் அவை என்றது!
பிள்ளை பெறும் வலி பெரியதோ?
காதல்வலி பெரியதோ?
உழைப்பின் வலி பெரியதோ?துரோகத்தின் வலி பெரியதோ?
இழப்பின் வலி பெரியதோ?தெரியவில்லை!நகைக்கிறேன்!
ஒன்று மட்டும் உறுதி!
குற்ற உணர்வின் வலி கொடியது!
உறங்கவிடாது அழுத்தும் அகத்தின் பாவி!
உள்ளிருந்து உறுத்தும் நிஜத்தின் ஆவி!

21. பாலிய(ம்)ல் வன்புணர்வு

அறியா பிள்ளைதானே,
என்று நீ செய்யும் அத்துமீறல்?
ஆறாத வடுவாகும் ஆயுள்வரை...!
பெண்பிழை ஒன்றுமில்லை!
பத்து பதினேழு
வருடங்களுமேயானாலும் என்ன?
எதிர்த்து, எச்சரித்துவிட்டு வா!
குற்றம்புரிந்தவன் கூனிகுறுகட்டும்!!

22. மாணவனுக்கு ஒரு கவிதை

அமைதியாய் இரு! வகுப்பில் அல்ல..
அரைவேக்காடு அறிவுரைகளின் போது!

சிரிக்காமல் இரு! வகுப்பில் அல்ல...
உருவகேலி உணர்வுகள் வரும்போது!

பேசாமல் கவனி! வகுப்பில் அல்ல...
பாசாங்கு பைத்தியங்களை கடக்கும்போது!

இடத்தை விட்டு நகராதே! வகுப்பில் அல்ல...தீராத பிரச்சனையில் அவதி-யுருவோரிடம்!

அநாவசிய கேள்வி கேட்காதே! வகுப்பில் அல்ல...
ஆண்டாண்டு காலம் அடிமைபட்டு எழுந்தவர்களிடம்!

ஆட்டம் போடாதே! வகுப்பில் அல்ல...
தலைமைகளால் தலைகணம் கொண்டு!

23. யாருக்கோ பூக்கும் பூக்கள்

ஜேம்ஸ் வெப்
சாதனையை மார்தட்டிக் கொண்டு
பூக்கும் பூக்கள் ஏதும்
மலக்குழியில் மடிந்து வீழும் மனிதர்களுக்காக
மனிதாப பூக்களை
பூப்பது இல்லை...

வண்ணத்தால் ஒடுக்கப்பட்டோருக்காக
பூக்கும் பூக்கள் ஏதும் வர்ணத்தால் ஒடுக்கப்பட்டோர்க்காக பூப்பது இல்லை...

என்றோ பூக்கும்
மனிதாபிமானம் கூட
படிநிலை பார்த்து
யாருக்கோ பூக்கிறது...

என் சகோதரன் சகோதரிகளுக்காக எப்போது பூக்கும்?

24. கொரோனாவும் தீண்டாமையும்

சாதிபிணங்கள் நாங்கள்!!!
அறிவியல் புரியாது
வரலாறு தெரியாது
ஏதோ நோய்!
தனிமைப்படுத்துவது
நல்லது என்கிறீர்...
"தனிமைப்படுத்துவது,
தீண்டாமல் இருப்பது,
ஒதுக்கி வைப்பது,
தாழ்வாக நடத்துவது
இறுதி சடங்கிலும் அவமரியாதை செய்வது"
இந்த கிணற்றிலெல்லாம்
ஊறிபோன
பிணங்கள் எங்களை
தூக்க தூக்க பிய்த்துக்கொண்டு விழும்
மில்லியன் கணக்கில்
மூடநம்பிக்கைகளும்
முட்டாள்தனங்களும்...!!!

25. எது வன்முறை?

குடிபோதையை காரணம்
காட்டி காவல்துறை
அடித்ததில் அந்த நபர்
இறந்தார்.
ஊரே காவலரை
கண்டித்து திட்டி விமர்சனம் எழுத
அவன் வீட்டு பெண்கள்,
இனி அந்த குடிகாரன்
குடித்துவிட்டு வந்து
என்னை கொடுமை செய்யமாட்டான்
என நிம்மதியடைந்தனர்....!

26. காதல் தேசம்!

என் காய்ச்சலை
சரிசெய்ய எல்லா
பணிவிடைகளும்
முடித்தப்பின் கண் பட்டதாக கூறி
வெறுங்கையில் சுற்றிப்போடுகிறான்...
அவ்வேளைகளில் மூடநம்பிக்கையும் ரசிக்கப்பட்டு
அங்கீகரிக்கப்பட்டது காதல் தேசத்தில்...!

27. களியாட்டம்

குழல் பறக்க அசைக்கும்
ஓய்வில்லா ஊத காற்று- அதை
ஓயாமல் சுட்டெரித்தது
தழல் அதனின்
சுடரொளி களியாட்டம்..!
இதழ் துடிக்க இசைக்கும்
தளிர் மேனி பெண் — அவளை
ஓயாமல் சுட்டெரித்தது துணை அவனின் பார்வை களியாட்டம்...!

28. கவர்ச்சி

அவனிடம்
எது உன்னை
கவர்ந்தது...?

கவர்ச்சிக்கான
எல்லா விளக்கத்தையும்
அழித்துவிட்டு
புதிய விளக்கம்
கொடுப்பான்...!!!

29. உடற்பயிற்சி

தோல்வி என்றானபின்...
ஒரு தலையோ
இருதலையோ
காதலை
மறந்து போதலை,
மதுவை விட
பல்லாயிரம் மடங்கு
போதை தந்து போதிக்கும் உடற்பயிற்சி!.

30. காதல்!

தண்ணீரின் குணம் கொண்டதோ!!!
எனக்கான இயல்பே காணவில்லை..அவனுக்கு பிடித்த பாத்திரங்களின் இயல்பாக மாறுகிறேன்!?

காதல்!
மழலையின் முத்தம் போன்றதோ!!!
சரியாக கிடைக்கவில்லை..சிறு தீண்டலும் பெரும் மகிழ்ச்சியை கொடுக்கிறது?!

காதல்!
நோய்களின் பிறப்பிடமோ?!

என் முற்போக்கு சிந்தனையை மூளை சாவடைய செய்கிறது...!!
தீராத வாயாடி இவளை திக்குவாயாகுகிறது...!!

காதல்!
உணர்வுகளின் சர்வாதிகாரமோ?!

என் ஜனநாயகத்தை பறித்து....
காதல் கூலி கேட்கும் கொத்தடிமையாக்குகிறது?!!

காதல்!
செய்யாத தவறுக்கு கிடைத்த தூக்கு தண்டனையா? o
பெரியாரின் பேத்தி இவளை...
சுயமரியாதை மறந்து கழுத்தை இறுக்கிதொங்கவிடுகிறது!?

காதல்!
பெண்ணின் ஒருபக்க காதல் என்பது...எழுவர் விடுதலை போன்றது..
தவறே செய்யாவிட்டாலும் தண்டனை நிச்சயம்...

இங்கே அவளின் அன்பு புரிந்து கொள்ளப்படுவதில்லை...நடத்தை சந்தேகிக்-கப்படுகிறது?!

இங்கே ஒன்று ஆண் கெட்டவனாக இருந்தால் அவள் உபயோகப்படுத்தபடு-கிறாள்!
நல்லவனாக இருந்தால் தூக்கி எறியப்படுகிறாள்!

சுயமரியாதை இழந்த காதலில் உன்னிடத்தில் அவன் சுகமாயிருக்கலாம்....
அவனிடத்தில் நீ சுமையாகி போவாய்...மறவாதே!! பெண்ணே!!!....

31. சுத்தமானவள்!

என் மீதான அத்துனை
சந்தேகங்களையும்
மொத்தமாக
நிராகரித்து
சுத்தமானவள் நீ!
என்று ஆதாரம் அடுக்குகிறான்...
மீண்டும் காதல்வயப்படுகிறேன்
என்னிடம் அவனால்....!!!

32. நெகிழி

சுருக்குப்பையில்
சிக்கிய
வெற்(று)றிலை
நான்!!

சிறு
ஓட்டையில்
சாரல்
பட பட
பறந்து படர
பார்த்திருந்தேன்!

பட்டாம்பூச்சி
ஒன்றின்
அடைபடாத,
அடையாளம் அற்ற,
அழகியலில்
மயங்கியே
பறந்து,
பட்டாம்பூச்சியானேன்!

பல சுருக்குபைகளுள்
விழிப்பேதுமற்ற
பல வெற்றிலைகள்!!

சில விதியென,

சில தைரியமில்லாமல்,
சில வியாதி பிடித்து,
சில புரியாமல்,
பைக்குள்
சுருங்கிவிட்டன!!!!

நெகிழிகளுக்கெல்லாம்
சவால்விடும்
இந்த பையின்
பெயர்.....
சாதி,மதம்?

33. அவன் இல்லா தருணங்கள்...

முற்றுபெறாமல் பாதியில்
குப்பைக்கு செல்லும் என் கதைகள்...!

எலுமிச்சை சாறு தேக்காத
நான் உண்ட சுட்ட சோளம்....!

முழுவதுமாக புரட்டியும்
முழுதும் புலப்படாத
இந்திய கல்விபுத்தகம் ...!

தூக்க கலக்கத்தில் தூக்கிஎறிந்து
காலையில் கவலையோடு பார்த்த
பாதி சிவந்த மருதாணி...!

ஆசையாக வாங்கியும்
ஒரு கல் விழுந்ததால்
போட தயங்கி ஒதுக்கப்பட்ட காதணி!!

ஒரு பக்கத்தில் மட்டுமே
பாடல் கேட்கும்
பழுதான காதொலிப்பான்...!

நேரமில்லாமல் விட்டுவிட்டு வந்த
பரிட்ச்சையின் மிகவும் பரிட்சையமான கேள்வி....!

இப்படியாக அவனில்லா தருணங்கள் தொடர்ந்து கொண்டே இருக்கும்
முடிவில்லா ஒப்பனைகளால்...!

34. எப்போதும் நீ வேண்டும்...

அதிகாலை குருவிகளின் அலாரத்தில், கண்விழிக்காமல் கை தேடும் இடத்-தில்..
அன்பாய் நீ வேண்டும்!

வெறுமனே உரையாடி வயிறு வலித்து வலித்து சிரிக்க.. சிறப்பாய் நீ வேண்டும்!

புரட்டிய புத்தகத்தை பல கோணங்களில் அலசி பகுத்தறிய.. பண்பாய் நீ வேண்டும்!

அந்த பாடலை பிடிப்பதற்கான வரலாறெல்லாம் பகிர்ந்து பூரிப்படைய.. பக்-குவமாய் நீ வேண்டும்!

அனல் கொதிக்கும் காய்ச்சலில் அடைகாக்கும் கோழி போல்.. அக்கரையாய் நீ வேண்டும்!

நடந்ததை எல்லாம் பதிவிட்டு மனம் லேசாகி பறந்திட.. என்னோடு பேசும் நாட்குறிப்பாய் நீ வேண்டும்!

என் முழு அன்பையும் வாரி வழங்கிட.. வாஞ்சையாய் நீ வேண்டும்!

உள்வாங்கினாலும் திரும்ப திரும்ப வந்து கால் நனைக்கும் கடலலையாய்.. காலத்துக்கும் நீ வேண்டும்!

எச்சூழலிலும் விட்டுகுடுக்காத காதல் தரும் தாயாய் தந்தையாய்...நீ வேண்டும்!

பெண் இவள் இலட்சியத்தின் அவசியத்தில் புரிதல் கொண்டு.. பக்கபலமாய் நீ வேண்டும்!

வாழ்க்கையின் ஓட்டத்தில் ஓடாமல் நொடிகள் ஒவ்வொன்று ரசித்து பயணப்பட.. பொறுமையாய் நீ வேண்டும்!

நற்குணங்களை மட்டுமே கற்று எல்லோருக்கும் உதவும் குழந்தையை வழிகாட்ட... உதவியாய் நீ வேண்டும்!

உன் சுருங்கிய கன்னங்களையும், பொக்கை வாய் அழகையும் ரசித்து கவிதை எழுத.. மூப்பாய் நீ வேண்டும்!

எப்போதும் எங்கும் எதிலும் நீயே வேண்டும்!!!!
உலகம் இனி...

35. வேறென்ன!!

சண்டையிட்டு,
நீ பார்ப்பதற்குள்
அழித்து விட்ட
குறுஞ்செய்தியில்
வேறென்ன இருந்துவிட போகிறது
உன்னை காயப்படுத்தவேண்டாம்
என்ற என் காதலை தவிர?!!!!

36. கணவனதிகாரம்

கண்டதும் காதலாய்
கைகோர்க்க துணிந்தாள்...
பிடிவாதகாரி அவள்...
யார் எவரென புரியாமல் மணந்தாள்..
ஆகாரத்திற்கொன்றும் குறையில்லை..
அடி உதைகளில் பாவி பழக்கப்பட்டாள்..
இல்லம் தாண்ட அனுமதிக்கவில்லை!
இரண்டு பிள்ளைக்கு தாயானாள்..
குடியில் மூழ்கி சாககிடந்தவனை
விட்டு போக மனமில்லாமல் காப்பாறினாள்....
துளியும் காதலில்லா கணவனை
தாங்கி தாங்கி பிடித்தாள்..
வருமானங்களை இழந்தாள்...
வருங்காலங்களையும் இழந்தாள்...
தனக்கான வாழ்கை எதுவென
திரும்பிப்பாத்தாள்...
முழுதும் கணவனதிகாரமாகி போக..
தலைகுணிந்தாள்...

37. கவிதையால் வெல்வேன்....!

துயருறும் உயிர்களை அருகாமையில் அனுகி
துக்கங்களை போக்க ஆசை!

என்ன செய்ய? கவிதை மட்டுமே என்னால் முடிந்தது...

விலங்கினங்கூட குட்டிகளை சீண்டாது!
விலங்கினும் ஆபத்தான ஆண் என்ற ஆணவங்கொண்டோர்களை அடி-யோடு வெட்டிவிட ஆசை!

என்ன செய்ய? கவிதை மட்டுமே என்னால் முடிந்தது...

உயர்வை குணத்தில் வைக்காமல் இனத்தில் வைத்தவனை இடித்து நொருக்க ஆசை!

என்ன செய்ய? கவிதை மட்டுமே என்னால் முடிந்தது...

மூச்சு முட்ட வேலை வாங்கி கொண்டு, சில்லரை கூலிகளை தூக்கி போடும் முதலாளிகளை தூக்கில் போட ஆசை!

என்ன செய்ய? கவிதை மட்டுமே என்னால் முடிந்தது...

நீலவானம் பறந்து நினைத்ததை கால் நீட்டி படிக்க வேண்டிய எம் குழந்தை-களை நீட் நீட் என்று உயிர்பலியாக்கும் சமூகத்தை சுட்டெரிக்க ஆசை!

என்ன செய்ய? கவிதை மட்டுமே என்னால் முடிந்தது...

எவர்மீதோ இருக்கும் பகையில் ஒன்றும் அறியாதவரை தாக்கும் தீவிரவா-தங்களை தீயிட்டு கொழுத்த ஆசை!

என்ன செய்ய? கவிதை மட்டுமே என்னால் முடிந்தது...

உயிர் கொல்லும் ஆயுதங்களால் நிரந்தரமேதும் இல்லை...
நிரந்தரம் தேடி கல்வியை கவிதையாக்குகிறேன்...

சத்தமாய் எழுதுவேன்...
கவிதையால் வெல்வேன்.....!

www.ingramcontent.com/pod-product-compliance
Lightning Source LLC
LaVergne TN
LVHW040927150826
845672LV00007B/2243

* 9 7 9 8 8 9 7 4 4 0 1 7 7 *

ஒருவனுக்கு ஆணவம் அல்லது வீம்பு எப்போது வரும் என்று தெரியுமா? காலம் காலமாக அவன் நம்பிக்கொண்டு இருப்பதை பொய் என்று கூறும் போதுதான். அது அன்பு, அடிமைதனம், நம்பிக்கை, பழக்கவழக்கம், இறைவன், சாதி, மதம் என்று எந்த வடிவில் வேண்டுமானாலும் இருக்கலாம். தன்னுடைய நம்பிக்கை பொய் என உணரும் அந்த நொடி அவன் வாழ்ந்த வாழ்க்கையே பொய்யாகிறது, அந்த ஏமாற்றத்தை உணர்ந்து, ஏற்றுக்கொண்டு, தன்னையும் தன் அடுத்த தலைமுறையையும் மாற்றிக்கொள்ள முயலும் தருணம் சமூகம் பரிணாமம், சமூக சீர்த்திருத்தம் நடைபெறும்.ஒவ்வொருவருக்கும் ஒரே மாதிரியான நம்பிக்கைகள் இருக்க வேண்டிய அவசியமில்லை. அவரவர் வாழ்விற்கேற்ப நம்பிக்கைகள் அமைகிறதா? அல்லது அவரவர் நம்பிக்கைகேற்ப வாழ்க்கை அமைகிறதா? என்ற விவாதங்களை நான் பிரபஞ்சத்திடமே விட்டுவிடுகிறேன்.எந்த நம்பிக்கைக்கும் நான் எதிரி அல்ல. ஆனால் மனித மான்புக்கு அப்பாற்பட்ட நம்பிக்கைகளை அப்புரவு படுத்தவும், மனித மனங்களை துப்புரவு படுத்தவும் என்றுமே ஆயத்தமாக இருக்கிறேன். என்ன செய்ய? கவிதை மட்டுமே என்னால் முடிந்தது!

நான் ஜெயபாரதி. நாமக்கல் மாவட்டம் இராசிபுரம் என் ஊர். கணித ஆசிரியரான எனக்கு தமிழின் மீதான காதலுக்கு மட்டும் குறை கிடையாது. திரையிசைபாடல் எழுதுவதில் ஆர்வம் உள்ளவள். நான் நானாக என் சுயத்தை காட்டி புலம்பிய இடம் தமிழ். எந்த சூழலிலும் யாரையும் எதிர்ப்பார்க்காத வாழ்வை, சுயமரியாதை வாழ்வை வாழ்ந்து கொண்டிருக்கும் பலரில் நானும் ஒருவள். அந்தவகையில் இதோ என் முதல் அடியை எடுத்து வைத்துள்ளேன். இந்த நூல் என்னையும் என் சுயத்தையும் ஏன் என் அரசியலையும் கூட சற்று கூடுதலாகவே எடுத்துக்காட்டும். புண்பட வேண்டாம் பண்பட முயற்சிப்போம்.

ISBN 979-8-89744-017-7